cat

mèo

rabbit

thỏ

dog

chó

chick

gà con

duck
vịt

sheep

cừu

goat

dê

pig

lợn

donkey

lừa

horse

ngựa

cow

bò

mouse

chuột

bat

dơi

bee

ong

spider

nhện

fox

cáo

deer

hươu

squirrel

sóc

hedgehog

nhím

owl

cú

frog

ếch

snake

rắn

racoon

gấu mèo

parrot

vẹt

toucan

chim tu căng

alligator

cá sấu

sea turtle

rùa biển

flamingo

hồng hạc

penguin

chim cánh cụt

crab

cua

jellyfish

sứa

seal

hải cẩu

shark

cá mập

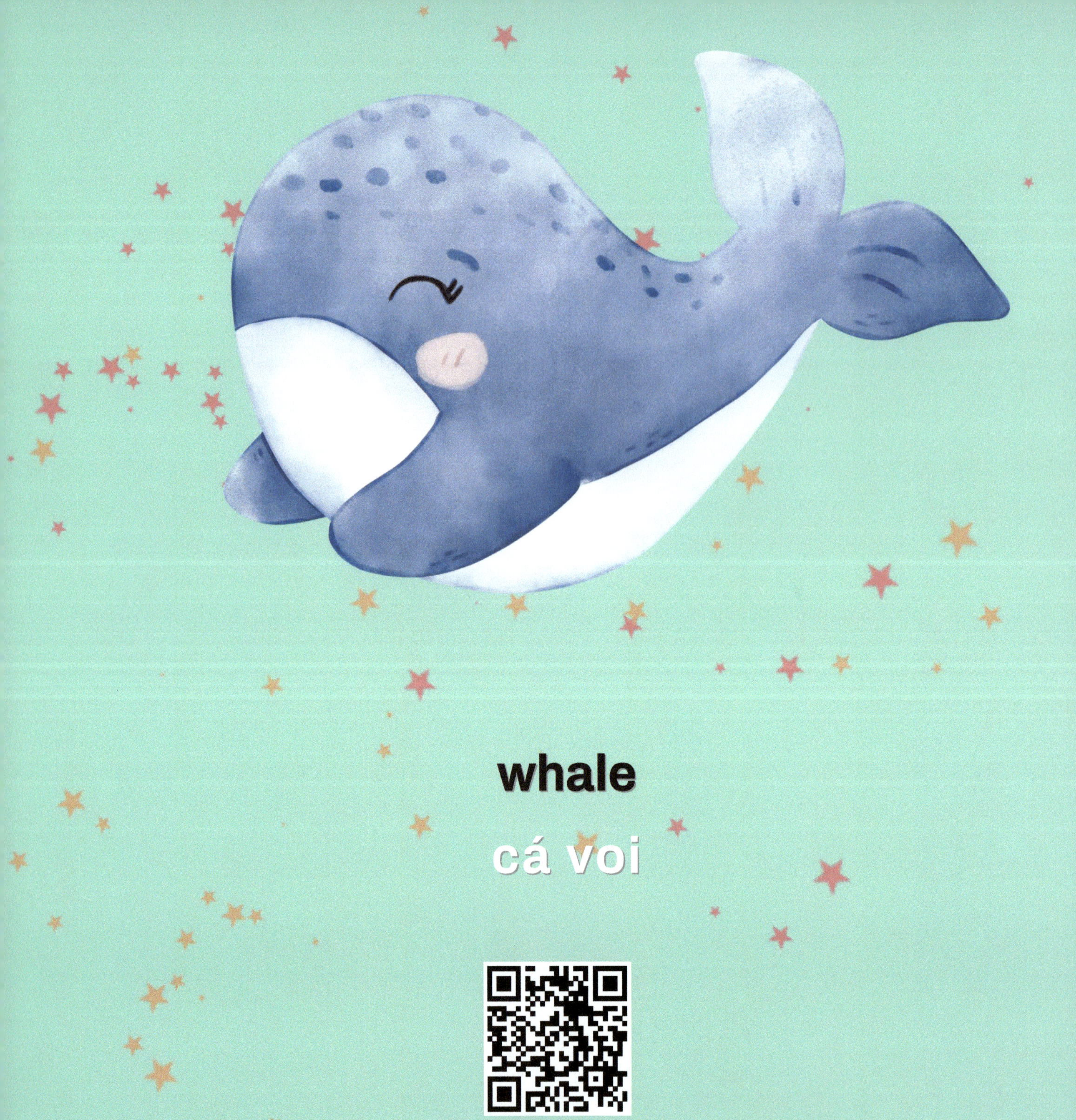

whale

cá voi

orca

cá voi sát thủ

starfish
sao biển

rhinoceros

tê giác

panda

gấu trúc

monkey

khỉ

lion

sư tử

tiger

hổ

elephant

voi